காதலின் வேர்

ச.ரகுராம்

காதலின் வேர்

கதை

ஆசிரியர்: ச.ரகுராம் 2023 ©

முதல் பதிப்பு: பிப்ரவரி 2023

வெளியீடு: ஏலே பதிப்பகம்

5/175, பாத்திமா நகர், கூத்தென்குழி,

திருநெல்வேலி - 627104

தொடர்புக்கு: +91 9944992571

Kadhalin Ver

Story

All rights reserved

by Raguram.S 2023 ©

First Edition : February 2023

Pages: 40

ISBN : 978-93-5533-488-6

Aelay Publish

Contact : +91 9944992571

Designed by : Aelay publish team

இப்படியெல்லாம் எழுதலாமா?

இதை இந்தப் பத்திரிகையில் வெளியிடலாமா?

இதனை எப்படி என் தாயார் படித்துச் சகித்துக் கொள்வாள்?

என் தங்கையிடம் இதைக் காட்டலாமா?

என்றெல்லாம் அவஸ்தைப்படுகிறவர்கள்?

எந்தக் கதையும் படிக்காமலிருப்பதே நல்லது?

ஜெயகாந்தன்

நன்றி

அம்மா, அப்பா, நண்பர்கள்

நான் படித்த புத்தகங்களுக்கும் பார்த்த
படங்களுக்கும் & சந்தித்த மனிதர்களுக்கும்

இது என் முதல் புத்தகம் வாங்கி படிப்பதற்கு நன்றி!

ஓவியம் : விக்னேஷ்வரன்.D
டைபிங் : ஸ்ரீ விசாகன் ஜெராக்ஸ்
பிழைதிருத்தம் : இளமதி - ஸ்வேதா தமிழ்பிரபு
செல் : 86670-08157
Gmail.Id :raguramrr555@gmail.com
Instagram : raguramrr

புனிதம் அப்படி ஒன்னுகிடையாது இல்லாத பார்க்க முடியாத ஒரு விஷயத்தை புனிதம்னு சொல்லிடுவாங்க.
தியாகராஜகுமார் ராஜா *(Super Deluxe Movie)*

முன்னுரை

எனது அன்பு நண்பனும் இந்நூலின் ஆசிரியருமான திரு.ரகுராம் அவனின் இந்த காதல் தோன்றின முதல் நாள் முதல் இன்று வரை காதலும் காதலர்களும், அவர்கள் வகுத்து வைத்த வரை உறைகளும் முற்றிலும் மாறுபட்டதாகவும் மாறுபட்ட எழுத்து நடையிலும் இந்த நூலுக்கு உயிர் கொடுத்துள்ளார்.

காற்றில் மிதக்கும் பனித்துளிகளை காணமுடியாது. ஆனால் உணரமுடியும் என்பதை போல காதலின் அடி ஆழத்தையும் அது பறிக்கும் சுதந்திரத்தையும் எடுத்து உரைத்துள்ளான்.

இந்த நூல் என் காதல் வயப்பட்ட தருணத்தையும் காதலிக்கும் போது மிக அருகாமையில் இருந்த அவளின் நினைவுகளையும் என்னுள் காற்றை போல ஊதிவிட்டான்.

இந்த நூலில் முதல் பக்கத்தில் இருந்து முடிவு பக்கம் வரை காதலின் கோணத்தையும் காதலிக்கும் போது பறிக்கப்படும் சுதந்திரத்தையும் இயல்புடன் பயணம் செய்ய வைக்கின்றான்.

பேனா மையை பேப்பரில் கக்கி ஒரு காதலின் கவிதை தத்துவத்தையும் இப்படியும் சொல்லலாம் என்பதை ரகுராமின் வரிகளில் பார்க்கின்றேன்.

நான் படித்து மூழ்கிய வரிகளில் நீங்களும் மூழ்க கூடுமானால் இந்த புத்தகம் உங்களின் காதலின் பக்கம் காதலுடன் கைப்பிடித்து கூட்டிச் செல்ல வாய்ப்புகள் அதிகம்.

இப்படிக்கு,
கா.ராகேஷ்குமார்

இந்த புத்தகத்தில் நான் கூற வருவது

உங்கள் காதலுக்கு ஒரு காதல் இருந்தால் தன் காதலைக் கொண்டு அக்காதலை சேர்த்து வைப்பதே காதல்

ச.ரகுராம்

எதற்கு?

காதல் வந்தது, அவள் சரி என்றால் காதலித்தோம், உரையாடினோம், மயங்கி இருந்தோம், முழுமையாக இல்லை. அவள் சுதந்திரத்தை பறித்தேன், எனக்காக இருக்க சொன்னேன் சரி என்றால் கோபத்தில் வார்த்தைகளை விட்டேன். இருக்கிறேன் என்றால், ஆறு வருட காதலில் கடைசி மூன்று வருடம் அவள் ஆசையாகவும் காதல் வார்த்தைகளும் ஏன் ஐ லவ்யூ கூட சொல்லவில்லை. ஆனால் என்னிடம் வாரம் ஒருமுறையாவது பேசி விடுவாள்.

அவளுக்கு என் வார்த்தைகளை கேட்காமல் இருக்க முடியாது, ஆனாலும் அவள் என்னை வெறுக்கவே செய்தாள். எனக்காக, நான் ஏங்கி விடுவேன் என்று ஒவ்வொரு முறையும் என்னை சரி செய்ய நினைத்தாள் ஆனால் முடியவில்லை. அவளால் அவள் காதலையும் விட முடியவில்லை. அதனால் அவள் என்னை சந்திப்பதை நிறுத்திவிட்டு மூன்று வருடமானது இப்போதெல்லாம் வாரத்தில் ஒருமுறைதான் அவள் பேசுவாள். காதல் வார்த்தைகளை நினைக்க மட்டுமே நான் இப்பொழுது முடியும் ஆனால் இந்த மூன்று வருடம் தனியாக இருந்த என்னை ரசிக்க வைத்தாள், கனவு காண வைத்தாள், காதல் செய்யவேண்டும் என்ற ஆசை வர வைத்தாள், நிறைய புத்தகம் படிக்க வைத்தாள்,... எனக்கு அவளை பார்க்க வேண்டும் என ஆசையை வர வைத்தாள், அவள் அருமை என்னவென்று புரிய வைத்தாள்.

நான் என்ன செய்தும் என்னை வெறுக்காமல், எனக்கு பெண்மை என்றால் என்ன என்று சொல்லிக் கொடுத்து அவர்களது சுதந்திரம் என்றால் என்ன என்று புரிய

"

வைத்து இப்போ வரைக்கும் தன் ஆசையை அடக்கி கொண்டு என்னிடம் இருக்கும் அவளுக்கு நன்றி!

என்னைப் பொறுத்த வரையில் நான் பார்த்த வரையில் சில பேருக்கு வாழ்க்கையின் மகிழ்ச்சி என்பது இயற்கையாக வரும் முதல் காதலுடன் தான் சேர்ந்து வளர்வது அது எது மேலேவேணாலும் வரலாம், மனிதர்கள் மேலயும், தொழில்கள் மேலையும், கனவுகள் மேலையும், தனிமையின் மேலேயும் கூட வரலாம். இந்தக்கதையில் வரும் காதல்களையும் இது போலத்தான் எழுத முயற்சி செய்திருக்கின்றேன். ஆணுக்கும் பெண்ணுக்கும் உலகில் உள்ள எல்லா உயிர்களுக்கும் காமம் என்பது ஒரு உணர்வு தான். ஆனால், நம் மனிதர்கள் அதை பெண்ணுக்கு முக்கியமான உணர்வு என்று வைத்து இந்த உலகத்தை இயக்கிக் கொண்டு காதலால் கொஞ்சம் மாற்றி வைத்து இருக்கிறார்கள். என்னை பொறுத்தவரையில் தனிப்பட்ட முறையில் காமம் என்பது ஒரு உணர்வு தான், நான் பார்த்த வரைக்கும் நான் கேள்விப்பட்ட விஷயங்களை வைத்து கற்பனையாக கதையை கொஞ்சம் வடிவமைத்து இருக்கிறேன். இது என்னுடைய முதல் கதை, நீங்கள் இதை படிப்பதற்கு மிக்க நன்றி!

அவள் ஞாபகம் என்னை சுற்றி வந்த காற்றில் நான் உ... ஊ...ஊ... என்று ஊதியும் காற்று நிற்கவில்லை மாறாக நினைவுகள் எது? என்று தெரியாமல் "அலைக்கடல் அலை வந்தால் சூரியன் சாகும்" என்று வாக்கியத்தை இல்லை வார்த்தையை ஏன் நான் உணருகின்றேன் என்று புரியவில்லை. அவளை, நான். அவள் கனவு, நினைவு, பகல், மதியம், இரவு என்ன?

திரும்பவும் என்னோடு மனசு இல்ல. எல்லோரும் சொல்ற மாதிரி மண்டைக்குள்ளையா நான் யார்? அவள் நினைவு மட்டும் தானா? நான் இல்லை. அவள் மேல் வெச்ச ஐயோ அய்யய்யோ!!!!! மறந்து போச்சு என்ன சொல்லுவாங்க அத. அது பேரு காற்று இல்லை காடு, கட்டறது இல்ல, இல்ல இல்ல இல்ல,

காதல். ஆமா என் காதல் என் காதல்தான். நான் என்ன நினைச்சாலும் இந்த மாதிரி உளறுவதை நிறுத்த முடியல.

இவன் இப்படி உளறிக் கொண்டு நடக்கும் போது பத்து மணி வெயில் வேடிக்கை பார்த்துக் கொண்டிருந்தது.

இதயம்!!! இதயம்!!! இதயம்!!! என்று சத்தமாக கத்திக்கொண்டே இரண்டு கல்லை எடுத்து ஆட்டோ பின்னால் இருக்கும் புளிய மரத்தின் நிழலில் ஒரு மாங்கா மரத்தின் பிஞ்சு இலையை தொடும் உணர்வு தான் அவள் தேகத்தை தொடும் உணர்வு. அதை உணர்ந்து கொண்டே

அந்த ஆட்டோக்காரன் அவள் மூக்கு நுனியை கடித்து கழுத்திற்கு காமத்தை ஊட்டும் சமயத்தில், இவன் இரண்டு கல்களை வீசி எறிந்தான்.

ஆட்டோகாரனின் பின் மண்டையிலும் அவளின் கைச்சப்பையிலும் பட்டது அவர்கள் முதல் பார்வின் காதலை போல ஓடினார்கள். இவன் " இதயம் என் இதயம் காதல் வைத்து இருட்டுக்குள் தொலைத்த என் இதயம் உன்கிட்ட இருக்குடி அது என்ன பாக்குதடி அழகியே" என்று கத்தி அவளையும் வானத்தையும் பார்த்தான். இவனுக்கு ரெண்டு கேள்வி, மேகம் ஏன் கொஞ்ச நேரம் ஒன்றாக இருக்குது அப்புறம் இரண்டா பிரியுது மறுபடியும் வேறுமாதிரி தெரியுது காற்றுக்கு மேகத்தின் மேல் உள்ள காதல் பிடிக்கவில்லையா இல்லை யார் செய்வது இது எல்லாம் என்று யோசித்து கொண்டே தன் கால்களை நிறுத்த முயற்சி செய்கின்றான். ஆனால், முடியவில்லை நடந்து கொண்டே இருக்கிறது இவனுக்கும் ஒன்றுமே புரியவில்லை இவன் மனம் சொல்கிறது எதற்கு இப்படி நடக்கிறாய், யோசிக்கிறாய், தேவையில்லாமல் உணர்கிறாய், கத்துகிறாய், எதற்கு மனிதர்களை கண்டாய் அடிக்கிறாய்? மறுபடியும் அனைத்து அழுகிறாய்? ஏன்? இவன், இது எல்லாத்தையும் நிறுத்த முயற்சி பண்ணியும் இவனால் முடியவில்லை.

சில வாரங்களுக்கு முன்னாடி அவள் கூட இருந்த பொழுது மாத்திரைகளை அவள் எனக்கு சரியான நேரத்திற்கு தருவாள். அப்பொழுது என் மனம் என் உடல் என் காதல் எல்லாம் சீராக இருந்தது. ஏன்? அந்த இரவு எனக்கு விழிப்பு வந்தது என்று தெரியவில்லை. வெள்ளை நிறத்தோல் உடையவன் என் காதல் மேல் படுத்து என் காதலுக்கு மேல் வளரும் காமத்தை உண்டு கொண்டிருந்தான். என் காதலோ அவனுக்கு அழகாக உண்ண கொடுத்தாள். என் காதலுக்கு அவன் மேல்

அவ்வளவு காதல்! அழகிய வெளிச்சம் அந்த அறை முழுவதும். என் காதலுக்கு காமத்தை கொடுக்கும் போதெல்லாம் அவள் வெளிச்சம் வேண்டும் என்பாள் எனக்கு புரிந்தது என் காதலுக்கு அவன் மேல் முழு உரிமை என்று அவள் காமத்தை உண்ணும் விதத்திலும் அந்த வெளிச்சமும் அதில் இருந்தது. சரி. நான் ஏன்? அந்த இரவு வீட்டை விட்டு வந்தேன்? வந்தேன் சரி எதற்காக மலையிலிருந்து பஸ் ஏறி நிலத்திற்கு வந்தேன்? ஒரு நிமிடம் கூட நிற்காமல் மறுபடியும் பஸ் ஏறி தண்ணிர் நிரம்பி இந்த ஊருக்கு வந்தேன்? வந்தபொழுது என் மனம் சீராக இருந்தது கையில் என் காதலின் காமத்தை உண்ணவனின் பையும் இருந்தது இப்பொழுது அது எங்கே? நான் எப்படி பஸ்ஸில் வந்தேன்? நான் இருந்த மலையில் எவன் என்னை பார்த்தாலும் ஒன்று ஓடுவான் இல்லை அடிப்பான் இல்லை சிரிப்பான் ஏன் இந்த நீர் நிரம்பிய ஊரில் உள்ள மக்கள் என்று இவன் யோசித்து கொண்டே கடல் மண்ணில் படுத்தான். வெயில் பூமியை உண்டு தன் வயிற்றுக்குள்ளே வைத்திருந்த நேரம்.

 காதலின் வேர்

இதே நேரம் அவள் மலை முழுவதும் இவனை தேடி தீர்த்து மூன்று நாள் வரும் வலியுடனும், தான் ரசித்து கேட்கும் இசையுடனும் ஓட்கா குடித்து கொண்டிருந்தாள். அவள் வேலைக்காரி அவளுக்காக ஒரு காடை வறுவல் செய்து வந்தால் இவளுக்கோ, அவன் எங்கே போயிருப்பான் என்ன செய்து கொண்டிருப்பான் என்று எதுவுமே தோணவில்லை. அவளுக்கு ஒன்று மட்டுமே தோணிக்கொண்டிருந்தது.

அவனுக்கு எதை பார்த்தாலும் இயற்கையில் இருந்து எதை பார்த்தாலும், எங்கள் காதல்! என் காதல்! அவனின் மேல் வைத்திருந்த காதல் மட்டும் தான் தெரியும் அவன் காதலுக்காகவே வந்து பிறந்தான். அதுவும் என்மேல் அவன் காதல் வைத்ததற்கு நான் என்ன செய்வேனோ? அவன் சொன்னமாதிரி அவனை நினைத்தால் போதும்.. எப்படி எங்களுக்கு காதல் வந்தது என்று தெரியவில்லை நாங்கள் எவ்வளவு போதை ஏறினாலும் நாங்கள் ஆழ்நிலை தியானத்தில் இருந்த போதும் எங்களுக்கு கிடைக்காத பதில் ஒருவேலை எனக்கு கிடைக்காமல் இருந்திருக்கும். அவனுக்கு கிடைத்திருக்கும். அதை ரசித்திருப்பான்.

கல்யாணம் ஆகி அந்த இரவு அவன் பேசிய முதல் வார்த்தை அவன் சொன்னது இவள் இசையுடன் காதில் கேட்க துவங்கியது, " கழுத்தில் நான் கட்டிய தாலி பிடிக்கவில்லை என்றால் கழற்றி வைத்துவிட்டு உனக்கு பிடித்தமாதிரி போட்டுக்கொள்". அவளுக்கு அந்த வார்த்தை இசையுடன் கேட்டுக்கொண்டிருந்தது.

அவளும் குடித்த தீர்த்தாள் அவன் எவ்வளவு காதல் வார்த்தைகளை சொல்லி இருக்கிறான். எதுவும் அவளுக்கு இப்போதும் கேட்கவில்லை அந்த வரி மட்டுமே. அவள் அப்படியே எழுந்து உள்ளே சென்று அலமாரி சாவியை எடுத்து நகை பெட்டியை திறந்தாள் மூன்று சிறிய பெட்டிகள் இருந்தது இதில் எதில் தாலி வைத்தோம் என்று அவளுக்கு தெரியவில்லை.

ஒவ்வொன்றாக திறந்து பார்த்தால் மூன்றாவது பெட்டியில் ஒரு சிறுத்துண்டு பேப்பரில் ஏதோ எழுதி தாலி இருந்தது அதில் எனக்கு " காதல் கழுத்தை நெரித்து உன் முச்சு காற்றை தரவேண்டும்". அவள் அந்த பேப்பரை முகர்ந்து பார்த்தால், அவன் வேர்வை வாசனை தெரியவில்லை என்று அவளுக்கு வருத்தம். இருட்டிய நேரம் கூட அவளுக்கு தெரியாமல் கட்டிலுக்கு அடியில் படுத்து கிடந்தாள் எப்படி அங்கு என்று தெரியவில்லை இருட்டு அவளுக்கு நிலவின் கண்ணீர் கருப்பு என்பது போல விழுந்து ஓடியது. அவளுக்கு கஞ்சா அடிக்க வேண்டும் போல் இருந்தது உள்ளே சென்று ஜீப்காரனுக்கு போன் செய்து கொண்டு வரும்படி சொன்னாள். வேலைக்காரியை கூப்பிட்டு ஒரு கோழி பிரியாணி செய் என்றாள். அவளுக்கு காதல் எரிய ஆரம்பித்தது அதற்குத்தான் அவள் கஞ்சா கேட்டாள்.

காதல் காதல் காதல் என்று மூன்று முறை இவன் கடலில் தூங்கிக் கொண்டிருந்த பச்சை சட்டை போட்ட பிச்சைக்காரன் காதில் சொன்னான் அவன் அமைதியாக "என் அருகில் படுத்து கண்ணை மூடி அமைதியும் அலையும் சத்தமும் சேர்ந்து செய்யும் காதலை பார்" என்றான். அவனும் அவன் அருகில் படுத்து கண்களை மூடினான். கடலலை ஒரு சத்தத்தை மட்டுமே இடுவது போல் இருந்தது. ஆனால், அவனுக்கு புரியவில்லை எதை முத்தமிடுகிறது ஓ,, ஓ,, இரவின் அமைதியை அது முத்தமிடுகிறது அலை சத்தம் அமைதியை

முத்தமிடுகிறது. அமைதிக்கும் அலையின் சத்தத்திற்கும் காதல் இருப்பதால் தான் இங்கே வரும் காதலர்களுக்கு காதல் முத்தம் கொடுக்கும் உணர்வைத் தூண்டி விடுகிறது. மணலுக்கும் கடலுக்கும் காதல் இருக்குமோ? அது ஏன் நம் கால்களில் உள்ள மணலை கடல் கழுவி விடுகிறது தன் காதலை யாருக்கும் தர மறுக்கிறதோ? இந்த சிந்தனை எல்லாம் அவனை அப்படியே உறங்கச் செய்தது அவன் கனவில், பக்கத்தில் இருந்த பிச்சைக்காரன் மூன்று பக்கமும் கடல் சூழ்ந்து இருக்கும் ஒரு தீவில் ஒரு குரங்கின் பக்கத்தில் தியானம் பண்ணிக் கொண்டிருந்தான்.

அந்தக் குரங்கின் கை பிச்சைக்காரனின் தலை மேலிருந்தது சற்றென்று என்று எதிர்பாராமல் வெயிலுடன் கூடிய மழை வேகமாக பெய்தது குரங்கும் அவனும் அப்படியே ஒரு நினைவு கூட இல்லாமல் தியானத்தில் இருந்தார்கள் குரங்கின் கை பிச்சைக்காரனின் தலை மேலே இருந்தது இவன் பார்த்துக் கொண்டே இருந்தான். ஆ ஆ... என்று ஒரு சத்தம் கேட்டு இவன் திரும்பிப்பார்த்தான், இவன் காலையில் கல் எடுத்து அடித்த மாங்காய் இலை தேகம் உள்ள பெண் இவனை நோக்கி ஓடி வந்தாள் சிறிது நின்றாள் மூச்சரித்தாள் மறுபடியும் ஓடி வந்தாள் மூச்சரித்தாள் எப்படியோ அருகில் வந்தவள், " உனக்கு மூச்சு வாங்கவில்லையா"? என்று இவன் நெஞ்சில் கை வைத்து கேட்டாள்.

அதற்கு அந்தப் பிச்சைக்காரன் அவன் மூச்சு அவனிடம் இல்லை ஒரு மலையின் மேல் உள்ள ஒரு காட்டில் ஒரு காதல், அந்த காதலின் இதயத்தில் ஒரு பூ, அந்த பூவிடம் இருக்கிறது என்று அந்த பிச்சைக்காரன் சொல்லிவிட்டு அழுதான். இவன் என்னடா பிச்சை கண்ணுல இருந்து தண்ணியே வரல? அதற்கு பிச்சைக்காரன் உன் கன்னத்தை தொட்டுப்பார் என்றான்

இவன் தாரதாரியாக அழுதான் திடீரென்று தூக்கம் கலைந்து விழித்துக் கொண்டான். அந்தப் பிச்சைக்காரன் மீன் சாப்பிட்டு கொண்டு இருந்தான் இவனுக்கும் ஒன்று கொடுத்தான் அந்த மீன் ருசி ஒன்றே ஞாபகப்படுத்தியது. இவனும் அவளும் அவர்களின் தோட்டத்தில் உள்ள ஒரு பழமையான மரத்தடியில் இவன் அவள் மடியில் படுத்துக்கொண்டு அவள் இவனுக்கு மீன் குழம்பு சோத்துடன் பிசைந்து ஊட்டிக்கொண்டிருந்தாள். அவள் ஊட்டி முடித்த உடன் கைகளை கழுவி விட்டு இவன் உதடுகளில் முத்தம் கொடுத்தாள் அவள் இவன் இதழ்களில் முத்தம் கொடுத்தவாறு தன் காற்றை உள்ளே ஊதிக்கொண்டிருந்தாள், அவன் இதழின் வழியே, அவள் இதழின் ருசி. அவள் ஊதிய காற்றின் ருசி இவன் உள்ளே சென்று எண்ணங்கள் பல தோன்றி அந்தப் பழமை வாய்ந்த மரம் முதல் தடவையாக மனிதன் விதை விதைப்பதை பார்த்தது அன்று தான் இவன் தன் காதலுக்கு நான்காவது முறையாக விதை விதைத்தான்.

அந்தப் பிச்சைக்காரன் கஞ்சாவை பீடியுள் அழுத்திக் கொண்டிருந்தான் இவனும் அதை பார்த்துக் கொண்டே மீன் சாப்பிட்டு முடித்தான் அதற்குள் அவன் பற்ற வைத்து வானத்தைப்பார்த்து ஒரே இழுப்பாக முழுஇழுப்பு இழுத்து முடித்தான். இவனுக்கும் ஒன்றை அழுத்தி கொடுத்தான் இவன் நட்சத்திரத்தைப் பார்த்தவாறு இழுத்தான்.

அந்த பிச்சைக்காரன் இந்த உலகத்தின் உண்மையான காதல் எது என தெரியுமா? என்றான். அதற்கு இவன் " மீனுக்கு தண்ணீர் மேல் இருக்கும் காதல்” என்றான் ஏனென்றால் ஏனென்றால் மீன் தண்ணீரைவிட்டு பிரிந்து வந்தால் உடனே இறந்துவிடும் அதற்குப் பிச்சைக்காரன் " ஒருவன் தன் காதலுக்கு ஒரு காதல் வந்தால் தன் காதலை வைத்து அந்த காதலை வளர்த்து விட்டான் என்றால் பூமி தோன்றிய முதல்

மழைத்துளி நீரையும் அவன் அந்த காதலின் மூலம் உணர்வான்" இவனுக்கு அவள் நினைப்பு வர அவன் மனசு கத்தாதே கத்தாதே அமைதி. என்று சொல்ல இவன் கடலைப் பார்த்து ஏ கடலே! வாடிவா என்னை உன்னோட காதல் கற்பிக்கவை என்று கத்தினான். பிச்சைக்காரன் உறங்கச் சென்று இருந்தான். இவன் அவன் வயிற்றில் தலை வைத்து தூங்க தொடங்கினான்.

இவள் தோட்டத்தில் உள்ள பழைய மரத்தின் கீழ் அமர்ந்து கஞ்சாவை ஓசிபி சிட் வைத்து உருட்டி கொண்டு இருந்தால். அவள் சமையல்காரி உணவுயை வந்து மரத்தடியில் வைத்தாள். இவள் கண்களை மூடிய நிலையில் கஞ்சாவை இழுத்து முடித்த பிறகு தான் கண்ணை திறந்தாள். கண் முழுமையாக சிவந்திருந்தது. தலை லேசாக இருந்தது.

உடம்பு இறகின் நிலையை உணர்ந்தது, மேலே பார்த்தால் அவள் கண்ணுக்கு மரத்தின் இலை இவளை, "வா மேலே, நிலவு நிற்கிறது நாம் நடப்போம் அது மேலே உன் காதல் எங்கே இருக்கிறது என்று கண்டுபிடித்து விடலாம்" என்று சொல்வது போல் இருந்தது. அவளுக்கு பசி அதிகமாக இருந்ததால் அவள் அந்த பிரியாணி முழுவதையும் சாப்பிட்டு முடித்த பிறகு அவளுக்கு கண் இமை மூட மறுத்தது. அவளுக்கு அவனின் உடலைக்கடிக்க வேண்டும் என்ற எண்ணம் வந்தது. அவன் எவ்வளவு அழகாக அவன் காதலை என் மேல் வைத்து பாத்துக் கொண்டான். இன்று பழைய நினைவு வரத் தொடங்கியது முதல் முதலாய் அவன் இவளை பெண் பார்க்க வரும் பொழுது அவன் நீல நிற சட்டை அணிந்து இருந்தான் இவள் ரோஸ் கலர் சேலை உடுத்தியிருந்தாள்.

காதல் என்றால் என்ன? அதில் பிரிந்து வரும் காமம் என்றால் என்ன? அது இரண்டும் இல்லாமல்

இருக்கும் பாசம் என்றால் என்ன? என்று எல்லாம் இவன் தான் கற்றுக் கொடுத்தான், எனக்கு ஊற்றி விட்டான். அவன் சொன்னது தான் அவன் இல்லை இவன் இல்லை என்று வருத்தப்பட வேண்டாம். நம் உயிர் உயிர் இருக்கிறது நம் உள்ளே விதை என்ற காதல் இருந்தால் அந்த காதல் பார்த்துக் கொள்ளும் வளர வேண்டுமா இல்லை பத்திரமாக இருக்க வேண்டுமா என்று அவன் மனிதன் அல்ல ஒரு நல்ல நினைவு இல்லை, இல்லை நல்ல எண்ணம், ஒரு நல்ல என்ற வார்த்தைக்கு மேல் எனக்கு தெரியவில்லை. இவளுக்கு போதையின் கிறுகிறுப்பு தெரியாமல் எண்ணங்கள் ஏறிக் கொண்டு இருந்தது.

திரும்பவும் அவள் நிலாவை பார்த்தால் அது வானத்தில் கனவு கண்டு கொண்டு இருப்பது போல் இருந்தது இவளுக்கு அவனுக்கு நன்றி தெரிவிக்க வேண்டும் போல் இருந்தது மனம் மயங்கியது. அவள் சப்பணங்கால் போட்டு உட்கார்ந்து தன் கைகளை கோர்த்து மடியில் வைத்து மூன்று முறை மூச்சை நிதானமாக இழுத்தாள். தன் மூக்கு நுனியை பார்த்து கண்களை மூடினாள். அவளுக்கு போதையின் அளவு அதிகரித்து, அவள் தன் இதயத்தை நினைக்கத் தொடங்கினாள் அவள் அவனை மனசார நினைத்து தன் உருவத்தை நினைத்து மூன்று முறை மூச்சை இழுத்து விட்டு இதயத்தில் இருந்து நன்றி நன்றி என்றாள். அவளுக்குள் ஒரு அமைதி நினைவாக வந்தது.

இவன் ஏழு மாதம் இந்தியா முழுவதும் பயணம் செய்துவிட்டு தன் இவ்வனம் கிராமத்தில் உள்ள வீட்டிற்கு வந்து சேர்ந்தான். இவர்கள் குடும்பம் ஒன்றுதான் அந்த கிராமத்தில் படித்த குடும்பம் இவன் தாத்தா பேச்சுக்கு ஊரே கட்டுப்படும். இவன் அப்பா அவர் பேச்சைக் கேட்காமல் மும்பையில் போய் படித்து முடித்து திரும்பி இங்கு வந்து இவ்வனும் கிராமமும்

அதை சுற்றி உள்ள கிராமத்து மக்களுக்கும் வேலை தரலாம் என்று சோப்பு, ஷாம்பு, லோஷன், ஏர்கிரீம் தயாரிக்கும் வெளிநாட்டு கம்பெனிகளுடன் இணைந்து பேக்டரிகளை தொடங்கினார். இந்தியா முழுவதும் விற்பனைக்கு இவர் ஊரில் தலைமை அலுவலகத்தை நிறுவினார். இவ்வனம் கிராமமும் அதை சுற்றி உள்ள கிராமங்களும் இவற்றின் செயலால் படித்த மக்களும் பாமர மக்களும் இந்தியாவில் இருந்து வெவ்வேறு பகுதியில் இருந்து வந்து குடியேற தொடங்கி இருந்தனர். இயற்கையை செயற்கை கொஞ்சம் கொஞ்சமாக மென்று தின்று கொண்டிருந்தது.

இவன் அப்பா இவன் அம்மாவை அவள் அணிந்திருந்த வலையல் ஓசைக்காகவும் அவள் அதை உடுத்தியவிதத்தையும் பார்த்து ரசித்து திருமணம் செய்து கொண்டார். இவளோ கிராமத்திலே பிறந்து கிராமத்திலே வளர்ந்து தினமும் இயற்கையுடன் இணைந்து புத்தகத்தையே புரிந்து கொண்டிருப்பாள். இவளை காண வேண்டுமென்றால் கரும்பு தோட்டத்திலோ கிணற்றுக்கு அருகிலேயே குன்றுகளின் மேலோ அமர்ந்து புத்தகத்தை மேய்ந்து கொண்டிருப்பாள். பார்க்க முழுமையான கிராமத்து படிக்காதவர்களை போல தான் தெரியும். கிராமத்துக் கிழவியின் அன்பும் இப்போது தான் பிறந்த குழந்தையின் குணமும் உடையவள்.

இவன் பிறந்த உடனே அவள் தன் கணவனிடம் நமக்கு ஒரு குழந்தை போதும் என்று பிரசவம் முடித்து கண் திறந்தவுடன் சொல்லி சிரித்தாள். இவளுக்கு தன் மகனை இயற்கையின் காதலனாக மாற்ற வேண்டுமென்று ஆசை, பிறந்தவுடன் இவன் கண்ணை முதலில் பார்த்தபோது உணர்ந்தாள். கண்களைப் பார்த்தவுடன் இவள் சொல்லிக் கொண்டது " உலகத்திற்கும் புதிய விதை உடன் வந்துள்ளான் என்

மகன்". அது வேரூன்றிமரமாக வளர இவள் அவனுக்கு உறுதியாக இருந்தாள்.

இவனுக்கு விவரம் தெரிய ஆரம்பித்த நாள் முதல் இவன் ஒரு நாளும் பாத்ரூமில் குளித்தது கிடையாது. குளம், கிணறு, ஆறு என தினமும் இதில் ஏதோ ஒன்றில் குளித்துக் கொண்டு வந்தான். மழை வந்தாலும் அவர்கள் தோட்டத்தில் உள்ள கிணற்றில் தான் குளிப்பான். அவன் ஊரில் உள்ள அனைவரும் இவனை நிர்வாணமாக பார்த்திருக்கிறார்கள் பார்த்தவர்கள் பல பெண்கள் உட்பட இவன் தாயிடம் வந்து புகார் போல கூறுவார்கள். அதற்கு அவள் " இயற்கைக்கு எதற்கு உடை கலர் எல்லாம் அது இயற்கை தான்" என்பாள். உங்களுக்கெல்லாம் புரியாது போங்கடா போங்க.. என்று சிரிப்பாள். காலங்கள் போகப் போக ஊரில் உள்ளவர் அனைவரும் இவளையும், அவன் பையனையும் சித்து போக்கு உள்ள மனிதர்கள் என்று கூற ஆரம்பித்தார்கள்.

இவளும் அதே மாதிரி தன் பயனை கோவிலுக்குள் அழைத்துப் போக மாட்டாள், ஆனால் வாய்க்கால் ஓரமாக உள்ள குன்றுக்கு கூட்டிச் சென்று வானத்தைப் பார்த்து இவளும் அவனும் படுத்துக் கொண்டு இவள் அவனுக்கு கதைகள் சொல்வாள். இவர்களை முன்ன பின்ன தெரியாதவர்கள் பார்த்தால், சிறிய கிராமத்தில் விவசாயம் செய்யும் மகன் அம்மா போல் தெரிவார்கள்.

ஊரே பாதி இவர்களுக்கு வேலை செய்தாலும் இவர் எல்லா சுகத்தையும் இயற்கையில் இருந்து அனுபவிக்க கற்றுக் கொண்டார்கள் இதை பார்த்துக் கொண்டிருந்த அப்பாவும் எதுவும் சொல்ல மாட்டார். இவன் அம்மா அவனுக்கு மரம், செடி, மண், குன்று, குட்டை, ஆறு, வானம், காற்று, மழை. நம் மனசு எல்லாம் ஒன்றுதான் என்று கற்றுக் கொடுத்தாள். அவள் அருகில்

இருந்து அரசு பள்ளியில் தான் சேர்ந்தாள் ஊரே இவர்களை புதிதாக பார்த்தது. பைத்தியம் போலவும் ஏனென்றால் இந்த மனிதர்கள் தாங்கள் நினைத்து வைத்தது போல ஒருவர் இல்லையென்றால் அவர்களை இவர்கள் புதிதாகத் தான் பார்ப்பார்கள் அப்பாவிற்கு இவளையும், அவனையும் சில நேரங்களில் பார்க்க புதிராகத் தான் இருக்கும்.

ஒரு நாள் இவன் பள்ளிக்கு கிளம்பும்போது நிர்வாணமாக வீட்டின் மொட்டை மாடியில் படுத்துக் கொண்டு வானத்தைப் பார்த்த வாரே கையை இவன் ஆணுறுப்பில் வைத்து தேய்த்துக் கொண்டிருந்தான். இவன் அப்பா அதை பார்த்து பயந்து போய் கத்தி இவனை ஒரு அறை அறைந்தார். இவன் அவரைப் பார்த்து தெளிந்த குரலில் "வானத்தில் உள்ள மறைந்திருக்கும் வெண்மை நமக்குள்ளும் இருக்குதப்பா" என்று மென்மையாக சொன்னான். இவன் அப்பா பயந்து போய் திரும்பி ஒரு அறைந்துவிட்டார்.

இவனையும் அவங்க அம்மாவையும் கெட்ட வார்த்தைகளால் பேசினார். அப்பா இவனிடம் வந்து நீ இனிமேல் இந்த ஊரில் இருக்க வேண்டாம். நீ உடனே. ;.பாரின் கிளம்பு நான் அனுப்பிவிடுகிறேன் என்று கத்தினார். இவன் சரிங்கப்பா அங்கேயும் மேலே ஒரே வானம் தானே! கீழ் மக்கள் தானே! நான் இருக்கின்றேன் என்றான். இவர் அவனை ஒரு பார்வை பார்த்துவிட்டு அதற்கு அப்புறம் அவனையும், அவங்க அம்மாவையும் அவர்கள் போக்கிலேயே விட்டுவிட்டார்.

இவன் காலேஜ் படிப்பதற்காக காஷ்மீர் சென்றான். அங்கும் படித்து முடித்து விட்டு ஊரில் இவர்கள் கம்பெனிக்கு வேலைக்கு சேர்ந்து முழு பொறுப்பையும் எடுத்துக்கொண்டார். இவன்

அப்பாவிற்கு மிகவும் மன நிறைவாக இருந்தது இவர் ஓய்வெடுக்கத் தொடங்கியிருந்தார். இவன் கம்பெனியில் நிறைய மாற்றங்கள் செய்தான். வாரத்திற்கு ஒரு முறை இவன் காட்டுமலைக்கு சென்று விடுவான். காட்டுமலையில் பாதி இடம் இவர்களதும், மீதியிடம் அங்கு இணைந்து வாழும் மலை வாழ்மக்களுடையது. அந்த மலை நிறைய நீர்வீழ்ச்சிகள் உடையது. வாசனை மிக்க மரங்கள் உடையது. வானங்கள் மரத்தின் கிளைகளில் தங்கக்கூடியது.

இவன் அந்த மலைக்கு வந்தால் அவர்கள் தேயிலை தோட்டத்திற்கு சென்றுவருவான். நீர்வீழ்ச்சிகளில் இப்பவும் நிர்வாணமாகவே குளிப்பான், இரவு 8 மணி ஆனவுடன் சரக்கடித்துக் கொண்டு புத்தகம் படிப்பான். வெறும் மண்ணில் படுத்துக் கொண்டு நட்சத்திரத்தையும், நிலவையும் பார்த்து இரசித்துக் கொண்டிருப்பான். இப்படி இவன் மலையில் இருக்கும்பொழுது. அருகாமையில் உள்ள ஒரு தேயிலைத் தோட்டத்திற்குள் நுழைந்தான்.

அங்கே ஒரு பெண் அவள் கால்களை ஒரு நீர் உள்ள சிறிய பக்கெட் உள் விட்டு கைகளை பனிபொழியும் மண்ணில் ஊனி வானத்தை பார்த்தவாறு இருந்தாள். அவள் அம்மா அவளை வந்து வேலை செய்டி முண்ட என்று கத்தினாள். அவள் அவ்வளவு அழகாக இல்லை. ஆனால் அவள் செய்து கொண்டிருந்தது இவனுக்கு அழகாக தெரிந்தது. இவனும் சில வேலைகளில் இவன் ரூமில் தண்ணீர் நிரப்பிய பக்கிட்டிற்குள் கால்களை விட்டு கொண்டு புத்தகம் படித்தவாறு இருப்பான். அப்பொழுது அந்த கால்கள் அந்த தண்ணீருடன் கலந்து கொண்டு உரையாடுவது போல் இருக்கும், இவனுக்கு அவளைப் பார்த்தவுடன் இயற்கையுடன் உரையாடுவது போல இருந்தது. ஆனால், இவன் ஒரு வார்த்தை கூட அவளிடம்

பேசவில்லை தன் எண்ணங்கள் ஊறிக் கொண்டு இயற்கையுடன் அவனுக்குள்ளே ஏதோ சொல்லிக் கொண்டிருந்தது. இவன் அவளை ஒரு நாள் முழுவதும் அவள் செய்வதை பார்த்தவாறு இருந்தான். அவளோ இயற்கையுடன் பேசி இயற்கையுடன் சிரித்து வேலை செய்தவாறும் ரசித்தவாரும் சில நேரங்களில் இயற்கையுடன் சேர்ந்து ருசித்தவாரும் இருந்தாள்.

இவனுக்கு அவளைப் பார்த்துக் கொண்டிருந்த போதெல்லாம், இவனுக்குள்ளே ஏதோ மாற்றம் நிகழ்ந்து கொண்டிருந்தது போல இவனுக்கு உணரத்துவங்கியது, இவன் அவளை பின் தொடரும், மத்தியான நேரத்தில் தோட்டத்திலிருந்து வீட்டிற்கு போகும் தூரத்தில் காட்டிற்கு செல்லும் ஒத்தையடி பாதையில் நடக்கத் தொடங்கினாள். இவனும் பின் தொடர்ந்து நடந்தான், அவளுக்கு தெரியாமல் மதியான நேரத்திலும் அடர்ந்த பணி முடியதால் முகம் கூட சரியாக தெரியவில்லை. இவள் சற்று திரும்பிப் பார்த்துவிட்டு மூங்கில் மரங்கள் அடர்ந்திருந்த புதர் போன்று காட்சியளித்த ஒரு சந்தைக்குள் நுழைந்தாள். அங்கே கருப்பாக ஆறடி உயர உள்ள கட்டையான உடம்பும் ஆறு மாத தாடியும் வைத்து ஒருவன் பீடி குடித்துக் கொண்டிருந்தான்.

இவளை அவன் பார்த்ததும் உடனே அவன் இவளை கட்டி அனைத்து முத்தமிட்டான். இவள் பொறுமையா பொறுமையா உதிர் உதிர அவன் இவளை இறுக்கமாக கட்டி அணைத்து இதழ்களையும், கழுத்தையும், கன்னத்தையும், அவள் மார்பிலும் கடித்து அழுத்தியவாறு இருந்தான். இவள் போதும் போ என்று கூறி உதறி சென்று கத்தி விட்டு நடக்கத் தொடங்கினாள். அவன் விடாமல் இவளை பின்பக்கமாக கட்டி அணைத்தான். இவள் காரிழுஞ்சில துப்பி விட்டு நகர்ந்துவிட்டாள். அவன் இவளை கொச்சையான வார்த்தைகளை திட்டியவாறு அரிப்பு எடுக்கும் போது

வாடி வருவீங்கள அப்ப பாத்துக்கறேன் என்று கத்தினான். இவள் அதை எதையும் கேட்காதவாறு ஒரு மூங்கில் மரத்தின் இலையை எடுத்துக் கொண்டு காற்றில் ஆட்டியவாறு நடக்கத் தொடங்கினாள் இவனும் பின் தொடர்ந்தான்.

இவனுக்கு அவள் காமம் மேல் கொண்ட காதல் புரிந்தது. பனி பொழிந்த பகல் கண்ணுக்கு தெரிந்தது. இவன் மனதிற்குள் மாற்றம் நிகழ நிகழ அந்த நிகழ்வே அவனை அவள் பின்னே நகரச் செய்தது. அவள் இரவு 7 மணி நில ஒளியில் ஒரு சிவப்பும் கருப்பும் கலந்தோடு ஒருவனுடன் அதே மூங்கில் மரத்தடியில் நின்று பேசிக் கொண்டிருந்தாள். இவன் மறைந்து நின்று அவளின் இயல்பான நிலையை பார்த்தவனாய் மெய் மறந்து போனான். அவள் அவனுடன் முத்தம் கலந்த காதல் அலையுடன் உடலுறவு கொண்டதை இவன் முழுவதும் பார்த்தான். இவனுக்கு பனி உடன் அவள் மேல் காதல் பொழிந்தவாறு இருந்தது. ஏனென்றால், அவளுக்கு காமம் எவ்வளவு பிடித்தது என்று இவனுக்கு புரிந்திருந்தது. இயற்கையாக அவளுக்கு அது கிடைக்காததால் செயற்கையாக அவள் தேடிக் கொண்டிருக்கிறாள், ஆனால் அவளுக்கு இயற்கையாக அது அமையவில்லை, எல்லா காமமும் செயற்கையான காமமாக தான் அவளுக்கு உணவளித்தது, இவனுக்கு அவள் முக பாவனைகளும் அவள் மரத்தின் இலைகளை தொடும் உணர்விலும் இவன் புரிந்து கொண்டான்.

ஓவிய குரல் அவன் கூட காமத்தில் கரைந்து விட்டு, அவன் துணிகளை இவளே எடுத்து போட்டு விட்டாள். ஓவியக் குரல் இனிமையான குரலும் இனிமையான மனமும் உடையவள், அவளுக்கு சிறுவயதிலிருந்தே மரம் செடி அதில் பூக்கும் பூக்கள் எல்லாத்திற்கும், இவள் காதல் கொடுத்து கொண்டிருந்தது அதன் மேல் காதல் வயப்பட்டிருந்தால். அந்தக் காதல் தான் இவளுக்குள் காமத்தை வளர்த்தது, காதலின் ஆழம்தான் காமம் என்று இவள் புரிந்து வைத்திருந்தாள். இவளுக்கு சிறு வயதில் இருந்து இப்பொழுது வரைக்கும் நாலு காதல் இருந்துள்ளது. இந்த நாலு காதலின் உள்ளும்காதலின் ஆழத்தை கண்டுள்ளாள். இவளுக்கு ஒரே புரிதல் இயற்கையாக தான் காதல் வருகிறது எப்பொழுதும் யாருக்கு வேணாலும் வரும் நாம் அந்த ஆழத்தை அடைவதும் அடையாமல் இருப்பதும் அவரவர் உணர்வு. காமம் அவனுக்கு மனிதர்கள் ஏன் இப்படி இருக்கிறார்கள் என்று புரியவைத்தது. இவளுக்கு இவள் மேல் பொழிந்த குளிர்ந்த பணிதான் முதல் காமத்தை உணர வைத்தது. அந்த காதலர்கள் இல்லை. இவள் அந்தக் காதலர்களை விட இயற்கை மழை, காற்று, இவளைத் தொடும் காமத்தை பெரிதும் ரசித்து இருந்தால் அதற்குக் கீழ் தான் மனிதன் எனும் இயற்கை.

இவள் உடைகளை உடுத்தி விட்ட பிறகே, அவன் முகத்தில் எந்த ஒரு முகமாற்றமும் இல்லாமல் சிரிக்க வேண்டும் என்பதற்காக ஒரு சிரிப்பு சிரித்து விட்டு

சென்றான். இவள் பாதி கலைந்த உடையுடன் பக்கத்தில் இருந்த ஒரு மூங்கில் மரத்தின், இலையை மரத்திடம் இருந்து கெஞ்சி வாங்கிக் கொண்டாள். அந்த இலையை முத்தம் கொடுத்துவிட்டு அவள் கூந்தலில் சொருகிக் கொண்டாள். இதை முழுவதும் பார்த்தவாரே இவன் நிற்கின்றான். இரவு தன் தூக்கத்தை முழுமையாக்கிக் கொண்ட நேரம். அவள் வீட்டை நோக்கி நடந்தாள். இவனுக்கு தான் காதல் வந்துவிட்டதே, இயற்கை தான் தூங்கும் இவன் தூங்க மாட்டான்.

இவன் அந்த இரவே கிளம்பி ஊருக்கு வந்தான், வந்து சேரும்போது, மணி காலை நாலு மணி இருக்கும், அவன் அம்மா அறைக்கு சென்று நாளை காலை காட்டுமலை போகணும், நாளைக்கு இரவு எனக்கு கல்யாணம் கிளம்பி விடுங்கள் என்றான். அவள் அம்மாவிற்கு முழு மனதிருப்தி, அவள் அவனிடம் ஒரு வார்த்தை கூட கேட்கவில்லை சரி என்றாள், அவள் அப்பொழுது அவன் அப்பாவிடம் சொல்லியதற்கு கிளம்பி விடுவோம் என்று தான் அவரும் சொன்னார். இவர்களுடைய குணமே இதுதான் அவரவர் சுதந்திரத்தை யாரும் பறிக்க மாட்டார்கள். காலையில் காட்டு மலைக்குச் சென்றார்கள் ஓவிய குரலுக்கு சுதந்திரத்தை கொடுக்க.

இவனுக்கு சட்டென்று தூக்கம் கலைந்து வானத்தைப் பார்த்தான் அது ஈரமான கண்களுடன் இவனைப் பார்த்தது, பிச்சைக்காரன் இவன் தலையை தடவி கொண்டிருந்தான். தடவிக் கொண்டே பிச்சைக்காரன் கண்ணுக்கும், மண்ணுக்கும் சரியான காதல் கிடைக்காததால், பறந்து விரிந்து இருக்கிறது, எல்லா இடத்திலும் இருக்கத்தான் செய்கிறது. மனிதா! இவனை யாரும் மனிதா என்று கூப்பிட்டது இல்லை, இவனுக்கு அது பிடித்திருந்தது, ஒரே ஒரு முறை மட்டும் தான் அந்த வார்த்தையை அவன் கேட்டிருந்தான், முதல்

முறையாக இவன் அம்மா அப்பா மூவரும் ஓவியக்குரல் வீட்டுக்கு பெண் பார்க்க போயிருந்தபோது, அவளின் அப்பா இவர்களை வாங்க மனிதர்களே என்று அழைத்ததார் இந்த காட்சி இவன் கண்முன்னே வர ஆரம்பித்தது. இவர்கள் உள்ளே நுழைந்தார்கள், மூன்று அறைகள் கொண்ட சிறிய வீடு முன்னே சிறு சிறு செடிகளுடன் கோலமும், வீட்டிற்கு பின்னே மறைந்து கிடந்தது காட்டு மலைசெடிகளும் மரங்களும். இவர்கள் கல்யாணம் இவன் அவன் அம்மாவிடம் சொன்ன மாதிரி நிலா உள்ள இரவில் நீர்வீழ்ச்சியின் அருகில் இருந்த நிலப்பரப்பில் நீர்வீழ்ச்சியின் சாரலுடனும் நிலவின் பார்வையுடனும் இவன் அவள் பார்வையை பார்த்த வாரே தாலியை கட்டினான்.

இவள் அவளை முதலில் பார்த்தது, அவர்கள் இவளை பார்க்க வீட்டிற்கு வந்த பொழுது தான், இவர்கள் தனியாக பேசிய பொழுது அவள் இவனிடம் நீங்க நேத்து நைட் வருவீங்கன்னு நினைச்சேன் என்றாள்;, இவனுக்கு ஆச்சரியமாக இருக்கு எப்படி உனக்கு தெரியும் என்றான் அவள் நீங்கள் என்னை பின் தொடர்ந்து எனக்கு மட்டும் இல்லை இந்த காட்டு மழையில் உள்ள எல்லா செடிகளுக்கும் தெரியும். இவனுக்கு அவள் குணம் பிடிக்க ஆரம்பித்தது. இவன் என்னிடம் காமம் கொள்ளை இஷ்டமா என்று தான் காதலை அவளிடம் சொன்னான். அவள் அதற்குப் பெயர் காமம் இல்லை அது ஒரு இயல்பு அது சுதந்திரம் எல்லாருள்ளும் இருக்கும் காற்று, அது கனவு போல நமக்குள் வரும், உங்களுக்கும் அது ஒரு இயல்புன்னு நீங்க கேட்கும்போது.. சரி நாம் இந்த மனித குணம் உருவாக்கின கல்யாணம் பண்ணிக்கலாம். இவனுக்கு இந்த நினைவு வரவர சூரியன் பூமியை உன்ன தொடங்கியிருந்தது.

இவர்களுக்கு கல்யாணம் ஆகிய அந்த இரவு 3.30 மணிக்கு இவள் பாலுடன் படுக்கையறைக்கு வந்தாள். ஒரு ஆரவாரம் இல்லாத அறை எப்போதும் இரவு நுழையும் அதே அறையாகவே, இவர்கள் மட்டும்தான் அந்த அறையின் இரவுக்கு புதியது. இவள் உள்ளே நுழையும் பொழுது அவன் தன் தழரசயெட - ஐ எழுதிக் கொண்டிருந்தான். அவன் அவளைப் பார்த்து பாட்டு கேக்கலாமா இவள் கேட்கலாம் என்றதும், இங்கே வேண்டாம் தோட்டத்தில் உள்ள பழமையான மரத்திற்கு போகலாமா, அவள் கண் சிமிட்டாமல் இவன் கண்ணை பார்த்து பேசினாள், அவள் தளவாணியும் போ;வையும் எடுத்துக் கொண்டு வந்தாள். இவன் காரில் உள்ள கஞ்சாவையும் ஓசிபி சீட்டும், ஸ்பீக்கரும் எடுத்துக் கொண்டு வந்தான்.

நூறாண்டுக்கு ஒரு முறை பூக்கின்ற பூவல்லவா, பாடலுடன் கஞ்சாவை ஓசிபி சீட்டில் லோட் செய்தான், அவன் கண்களையும் அவன் லோட் செய்யும் அழகையும் ரசித்தாள், அவன் கஞ்சாவை ஒரு குழந்தையை தொடும் உணர்வோடு லோட் செய்து கொண்டிருந்தான். அவன் ஓசிபியை வாயில் வைத்தான், முதல் முறையாக அவனுக்கு அதை பற்றி விட்டாள். இரண்டு இழுப்பு இழுத்துவிட்டு, இவளிடம் "உனக்குத் தாலி பிடித்திருந்தால் போட்டுக்கோ, வேற டிசைன்ல செயின் வேணும்ன்னாலும் வாங்கிக்கோ, *thanku* என்றான். இவளுக்கு அவன் சொன்னது புதிதாக இருந்தது, அவன் இவளிடம் கஞ்சா அடித்துக் கொண்டு தோளில் கைப்போடலாமா என்று கேட்டான், அவள் உனக்கு புடிச்சிருந்தா, என்றாள்.

இவன் தோள்களில் கை போட்டுக் கொண்டு அவள் காதறுகில் சென்று உனக்கு நான் . ;.புல் சுதந்திரம் தரேன். என்ன வேணா பண்ணிக்கோ நீ இங்க வாழ, ஒரு இழுப்பு கஞ்சாவை இழுத்து புகையை வானத்தைப்

பார்த்தவாறு விட்டான். இங்க வாழவும் ரசிக்கவும் வந்திருக்க உனக்கு என்ன பண்ணனும் தோணுதோ அதை பண்ணு, இங்க ஆண், பெண், மரம், செடி, மழை, வானம் எல்லாம் ஒன்னு தான் அது எல்லாதுக்கும் காதல் வரும், காமம் வரும் அழுகை வரும் அழிவும் வரும் அதனால நாம் இயற்கையா இருப்போம் இயற்கைக்கு உள்ளாக இருப்போம் சரியா? என்று இழுக்க ஆரம்பித்தான். அவள் இவன் தோளில் சாய்ந்தவாறு முத்தம் கொடுக்க ஆரம்பித்தால், அவளுக்கு முதன்முதலாக காதல் இயற்கையாக காமம் மண்ணின் மீது வளர தொடங்கியிருந்தது.

உண்மையான காதலின் அழுத்தத்தை அந்த ஈரமண்ணும் உணர்ந்திருந்தது, இவன் அவளை காமத்துக்காக காதலிக்கவில்லை. அவள் விருப்பம் காமம் தான், ஆனால் அவளுக்கு காதல் வந்தது. ஆனால் அவள் புரிதல் காமம் தான் முழுமை என்று இருந்தது ஆனால் தனிப்பட்ட சுதந்திரமும் காதலின் ஆழமும் தான் காதலர்களின் வாழ்க்கை. இரண்டு பேரும் கல்யாணம் அமைப்பில் தான் இருந்தார்கள் ஆனால் தனியாக தங்களுக்கு பிடித்தமான விஷயங்களை காதல் செய்தார்கள், இயற்கையுடன் இணைந்தார்கள்.

கல்யாணம் ஆகி ஒரு வாரம் கழித்து இவன் அவளை தான் படித்த ஊரான காஷ்மீருக்கு கூட்டிச் சென்றான். அங்கே குளிர் அதிகமாக இருந்ததால், இவன் பழைய நண்பர்களுடன் சேர்ந்து கஞ்சா அடித்துக் கொண்டும், சரக்கு அடித்துக் கொண்டும் ஆண் நண்பர்களுடன் பெண் நண்பர்களுடனும் ரசித்தவாறு இருந்தார்கள். இங்கே தான் ஓவியக்குரலும் கஞ்சா அடிக்கவும், சரக்கு அடிக்கவும் இவன் பெண் நண்பர்களுடன் சேர்ந்து கற்றுக் கொண்டாள். ஆனால் இது இயல்பாகவே இருந்தது அவளுக்கு.

ஒரு இரவு இவர்கள் இருவரும் அவனின் தோழி ஒருத்தி வீட்டிற்கு விருந்துக்கு சென்று கொண்டிருந்தனர். அவள் பெயர் ஹர்ஷிதா. சுருட்ட முடியும் கண் சூரியனைப் பார்த்தாலும் நிலவு போல நமக்கு காட்சி அளிக்கும் அவள் உடல், மரத்தின் உள்ள எல்லா இலைகளுக்கும் ஒரு ஒரு தனிப்பெயர் வைத்தாலும் நமக்கு வித்தியாசம் தெரியாது அது போல தான் எல்லா பெண்களின் உடல் போலத்தான் அவள் உடலும் என்று இவன் காரை ஓட்டிக் கொண்டே ஹர்ஷிதா பற்றி பேசிக் கொண்டு வந்தான்.

"ரோஜாக்களில் பன்னீர்த்துளி வழிகின்ற தேன் அது என்ன தேன்" என்று இவன் பாடலோடு சேர்ந்து பாடிக் கொண்டு வந்தான், ஹர்ஷிதா எனக்கு கொடுத்த முத்தம் எல்லாம் இந்த பன்னீர் துளி மாதிரி நினைக்கிறேன்.

முத்தத்தில் என்ன பன்னீர் துளி, காதல் துளி, உள்ள இருக்கிறது என்னவோ எது நம் இஷ்டமோ அதான் என்று இரண்டு முத்தம் இடைவிடாமல் கொடுத்தாள்.

நான் காதலோடு பண்ண முதல் அழுத்தம் கார் கதவை திறந்து கொண்டே நான் காதலோடு பெற்ற முதல் அழுத்தம் உங்களோடு தான் என்றாள் காரை விட்டு வெளியே வந்து இவன் கையை பிடித்தவரே.

காதலின் வேர் (நெஞ்சில் அவனின் கால் தடம்)

ஒவ்வொரு இலையும் இசையை ரசிக்க வேண்டும் என்று தன் காதலுடன் காற்றை வைத்து அடித்துக் கொண்டும் ஓவியக் குரல் மரத்தடியில் உறங்குவதை ரசித்துக் கொண்டிருந்தது பொழுது விடிந்து கொண்டிருந்த நேரம் வெயில் அவளின் முகத்தில் அடித்து எழுந்தாள் நம் காதலிக்கு இரவு முழுவதும் போதையின் மயக்கம் அவள் நெஞ்சில் இருந்தது அவனின் காதல் வரைந்து வைத்தது போல, அவள் கண், இவள் கண்ணே பார்ப்பவர்களுக்கு அவன் உருவத்தைக் கூட யூகிக்க முடியும் அவர்களுக்கு காதல் என்ன என்று புரிந்தால். ஆனால் அதற்கு வாய்ப்பில்லை அவரவர் காதல் அவர் அவர்களுக்குகே முழுமையாக புரியாது. இவர்கள் காதல் இவர்களுக்கு எங்கே புரியப்போகிறது.

இவன் அவளைத் தேடவே இல்லை தேடவும் விரும்பவில்லை அவளும் அவள் காதலும் நினைவும் இவனுக்கு உள்ளே தான் இருக்கிறது அதுதான் இவனை நடக்கவும் நினைக்கவும் செய்கிறது உலரவும் செய்கிறது.

இவள் போதை கனவில் கோடிக்கணக்கான நட்சத்திரம், சுற்றிலும் வெளிச்சம் கண் பார்க்கக் கூடிய வெளிச்சம் ஆனால் தாங்க முடியாத அமைதி அந்த அமைதி நம் மனம் எதிர்பார்த்ததை விட கொடுரமானது இவள் அதை படுத்து கொண்டு ரசித்துக் கொண்டிருந்தாள், எதுவும் இவளுக்கு தெரியவில்லை கண்கள் எந்த நட்சத்திரத்தை பார்க்கிறது என்று

பிடிபடவில்லை. ஆனால், காது, உணர்வது அமைதி அவள் மனம் மயங்கி விட்ட அமைதி இந்த நேரத்தில் தான் அந்த வெயில் அடித்து எழுந்தாள். தனக்குள் வந்த கனவின் அமைதி இவளுக்கு வெளியே வர தொடங்கியது

இங்கே கடல் மண்ணில் படுத்துக் கொண்டிருந்த இவனுக்குள்ளும் ஒரு அமைதி ஊறிக் கொண்டே இருந்தது.

பிச்சைக்காரன் கதை

இவன் கண்விழித்து பார்த்த பொழுது அவளின் கரும் கூந்தலின் ஒரு நீல முடி படுக்கையில் வளைந்து சுருண்டு உறங்கியது. இவன் எழுந்து அருகில் இருந்த சிகரெட் பாக்ஸில் இருந்து ஒரு சிகரட்டை எடுத்து பற்ற வைத்தவாறு அருகில் உறங்கிக் கொண்டிருந்த முடியை எடுத்து இவன் இரவில் படித்து கொண்டிருந்த புத்துணர்வு புத்தகத்தின் மூன்றாவது பக்கத்தில் உறங்க வைத்தான். அவளது முடி இவனது நிறைய புத்தகத்தில் ஒளிந்தும் இவனுக்கு பிடித்த பக்கங்களில் மயங்கியும் இருக்கிறது.

மயக்கம் அந்த முடிக்கு மட்டுமல்ல இவன் பேசும் வார்த்தைகளும் காட்டும் காதல்களிலும் அவளும் மயங்கிதான் இவனோடு இருப்பாள். காதல் மட்டும் தான் மயக்க நிலையை முழுசாக ஊற வைக்கிறது. இவர்களுக்கு கல்யாணம் ஆகி 5 வருடங்கள் வரைந்து கொண்டிருந்தனர். ஊரைவிட்டு ஒரு தனியான வீடு வீட்டைச் சுற்றியும் ஒரு சில மரங்கள் மட்டுமே இவர்கள் வீட்டிற்கு வெளியில் சிறிய மற்றும் பெரிய செடிகளை விதைகளும் மரங்களும் இருவரும் சேர்ந்து வளர்த்தி விற்பனை செய்தார்கள். இரண்டு பேரும் சேர்ந்து ரசனையாக செடிகளை வளர்த்தார்கள் வெளியூரில் இருந்தும் நிறைய நர்சரி உரிமையாளர்கள் வந்து செடியை பெற்றுக் கொள்வார்கள்.

அவள் பெயர் விழிமலர் பார்த்தவர்களை மறந்து பார்க்கத் தோன்றும் மாநிறமும் ஒல்லியான உடம்பும், அழகான இடைகளும், பார்த்தவுடன் சுவைக்க

தோன்றும் இதழ்களும், இவளை பார்ப்பதற்காகவே நிறைய பேர் செடி வாங்க வருவார்கள். செடியை கொடுத்துவிட்டு வீட்டுக்குள் வந்து விடுவாள். அங்கே செடிகள் செயற்கையாகவும் இவள் இயற்கையாகவும் இருப்பதாக அவர்களுக்கு தோன்றும்.

இருவரும் இருவரையும் தினமும் ரசித்தாலும் ருசித்தாலும் அவர்கள் காதலால் தினமும் மயங்கி இருந்தாலும், இவளுக்கோ குழந்தை வேண்டுமென்று ஆசை இவளோட ஆழ் மனதில் வேர் வரத் தொடங்கியிருந்தது, ஆனால் இவள் அதை அவனிடம் சொல்லவும் இல்லை வெளிகாட்டிக் கொள்ளவும் இல்லை. இவளுக்கு அவனின் மேல் காதல் சுவாசிக்கும் காற்றை விட தினமும் வேண்டுமென்று மனதில் கேட்டுக் கொண்டிருந்தது, சில சமயம் இந்த குழந்தை ஆசையினால் எதுவும் வேண்டாம் இவனும் வேண்டாம். என் மனதில் அமைதியும் தனிமையும் மட்டும் இருக்க வேண்டும் என்று இவளுக்கு அதன் மேல் ஆசை வர தொடங்கியிருந்தது.

இவனுக்கு காதலையும் காதலில் சுற்றி உள்ள வாழ்க்கையும் ரசித்து வாழ வேண்டும் என்ற ஆசை இவனுக்கு சிறுவயதில் படித்த புத்தகத்திலிருந்து கனவு கண்டான். அதுபோலவே தான் இவளை பார்த்து ரசித்து காதல் செய்து மலர்ந்து கொண்டு தினமும் அவள் மலர்வதை பார்த்து பறித்தும் ருசித்தும் வந்தான். இவர்களின் படுக்கை அறையில் எப்பொழுதும் இருவரும் உடைகள் அணியாமல் தான் இருப்பார்கள் கதைப்பார்கள், படிப்பார்கள், மயங்கி கொள்வார்கள். மாதத்தில் ஒரு ஐந்து நாட்களை தவிர்த்து மீதி எல்லா நாட்களும் இருவரும் இப்படித்தான் இருப்பார்கள். இவனுக்கு அவளுடைய மார்பு தொடங்கும் இடமும் கழுத்து முடியும் இடமும் மயங்க வைக்கும் இதுதான் இவனுக்கு அழுகையும் சிரிப்பையும் சேர்த்து வைத்த

இடம். இந்த ஐந்து வருடங்கள் இவனுக்கு வண்ணம் பூசிய கனவுகள் தான் தினமும் காலையில் எழுந்தவுடன் இரவு பேசிய வார்த்தைகளை இவன் எழுதி வைப்பான் அவளுடைய சில முடிகளுடனும். ஆனால் குழந்தை இல்லை என்று இவன் வருத்தப்பட்டதே கிடையாது அவளும் அதைப்பற்றி கேட்க பேசாததால் இவனுக்கு குழந்தையை விடவும் என் மேல் வைத்திருக்கும் காதல் அதிகம் என்று இவனே நினைத்துக் கொண்டிருந்தான். அப்படித்தான் அவளுக்கும் இருந்தது ஆனால், இப்பொழுது இவனின் காதல் இருளில் தெரியும் நிழல் போல் தான் அவளுக்கு, மழை அவர்களின் வீட்டின் மேல் கசிந்த இரவு அவள் எழுந்து இவனின் பாதத்தை முத்தமிட்டால் தன் கண் இமைகளால் அதை வருடி கொடுத்தாள். மனதினுள் மூச்சை இழுத்து விட்டவாறு நன்றி என்று நினைத்தாள். அவளுக்கு துளி வருத்தம் இல்லை இவன் அவளுக்கு முதலில் வாங்கி வந்த பச்சை புடவை எடுத்து உடுத்திக் கொண்டால் ஒரு துண்டு சீட்டில் "மிக்க நன்றி என் காதலா எனக்கு தனிமையின் மீது காதல் வந்துவிட்டது". என்று எழுதி கண்ணாடியில் சொருகி வைத்துவிட்டு, தன் மனதின் இருளில் நடக்கத் தொடங்கினாள்.

இவன் சிகரெட்டை புகைத்துக் கொண்டு தன் பச்சை சட்டையை உடுத்திக் கொண்டு படுக்கை அறையில் இருந்து வெளியே வந்தான். இரண்டு முறை டேய் பாப்பா! டேய்! என்று அழைத்தான் காற்றின் சவுண்டு மட்டுமே கேட்டது. போனில் இளையராஜா பாட்டு ப்ளே செய்து போனுக்கு சார்ஜ் போட்டுவிட்டு திரும்பியவாறு பார்த்தான் கண்ணாடியில் இருந்த அந்த துண்டு சீட்டை எடுத்து தன் பச்சை சட்டையின் பாக்கெட்டில் வைத்துவிட்டு உள்ளே சென்று ஐந்து வருடங்களாக காலையில் எழுந்தவுடன் அவள் பேசிய வார்த்தைகளை எழுதிய சேகரிப்பு எல்லாதையும்

எடுத்துக் கொண்டு வீட்டிலிருந்து வெளியே வந்து நகரத்தை பார்த்து நடக்க ஆரம்பித்தான்.

இவனுக்கு அழுகை வரவில்லை மனதில் ஒரு தெளிவு மட்டும் தான், அவள் தனிமை விரும்பினாளா? இல்லை என்னுடன் இருக்கும் போது அவள் தனியாக இருக்க விரும்பினாளா? இவனுக்கு இந்த இரண்டு கேள்வி மட்டும் தான் எப்படி அவளுக்கு என்னைவிட தனிமையின் மேல் காதல் வந்தது ஏன் மனிதனுக்கு தனிமை மிகவும் பிடிக்கிறது, அவர்கள் அப்பொழுதுதான் அவர்களை ரசிக்கிறார்கள், தன்னை மட்டும் யோசிக்கிறார்கள், இயற்கையின் கூட உரையாடுகிறார்கள், எதற்கு இயற்கையுடன் உரையாட வேண்டும்? அதுதான் ரகசியத்தை கூற முடியும், ரகசியம் என்ன என்று கூறாமல் என்னை விட்டுச் சென்று விட்டாள் அவள். நானும் அவள் ரசித்த காதலின் தனிமையை காதலித்து ரகசியத்தை தெரிந்து கொள்ளப் போகின்றேன். இவனுக்கு சில நாட்களில் அவள் ஏன் தனிமையை காதலித்தால் என்ன புரிந்தது இவன் தனிமையில் சுத்த ஆரம்பித்து இரண்டு வருடங்கள் கழித்து.

இவனும் தனிமையை மிகவும் ரசிக்க ஆரம்பித்தான், அவளின் காதலை இந்த தனிமைக்குள் புதைத்து வைத்தான் அதற்கு மேல் செடியாக அவன் ஐந்து வருடமாக அவளுடன் உரையாடிய சேகரிப்புகளை தினமும் படிப்பான் அதில் நிறைய முடிகள் இருந்தது. அதை பாதுகாத்து வைத்திருந்தான் ஒவ்வொரு முடி-யும் ஒவ்வொரு இரவு கழித்தது, அந்தப் பக்கத்தின் வரிகளுக்கும் நினைவுகளுக்கும் பாலமாக இருந்தது.

காதல் அளித்த இந்த தனிமையை மிகவும் இனிமையாக அவளும் ரசித்து தான் வந்தாள்.

நீல சேலை கட்டிக் கொண்டு ஏழு மாத கர்ப்பிணி, கடல் அவள் கால்களை முத்தமிட்டவாறு உட்கார்ந்திருந்தாள். இவன் கண்விழித்துப் பார்த்தான் அவளது பாதம் ஓவியக்குரலை நினைக்கச் செய்தது. இவன் அவளிடம் சென்று அருகே உட்கார்ந்து கொண்டான். ஏன் அவளிடம் போக வேண்டும் என்று இவனுக்கு தெரியவில்லை, ஆனால் சென்றான் ஏனென்றால் அவள் அழுகு ஆரம்பிக்க முடியாத அழுகை, சீவ முடியாத கூந்தல், இவன் கண்களை காத்துக் கொண்டிருந்த இமை இறந்துவிட்டது போன்ற ஒரு உணர்வு.

அவள் இவனைப் பார்த்து என்னடா? என்றாள் பெண்ணின் சிரிக்க முடியாத குரல் ஒலி பல நாட்கள் சிரிக்க மறந்த குரல் இவனுக்கு புரிந்தது. நாம் பேசும் வார்த்தைகளிலே தெரியும் நம் மனம் படும் பாடு. இவனுக்கு புரிந்தது அவள் படும் பாடு. இவன் அவளிடம் என்னங்க கடல் எவ்வளவு புதுசா பாக்குறீங்க என்றான். அவள் எதுவும் கூறவில்லை மௌனமாக இருந்தாள். அவள் முதல் முறையாக கடலுக்கு தனியாக வந்திருக்கிறாள். அவள் மனதில் தோன்றியது, அவன் இல்லாததால் மீன் இந்தக் கடல் நீரை காதலிக்காமல் உள்ளுக்குள் செத்துக் கொண்டிருக்கிறது போல ஒரு உணர்வு அதைக் காப்பாற்ற நினைத்தாலும் இவளால் முடியாது இவளும் அந்த மீனைப் போல தான் இந்த உலகத்தில். இவள் பெயர் மரகதம். இவள் ஒரு நிமிடம் இவன் தோளில் தன்னை அறியாமல் சாய்ந்து உடனே

எழுந்தாள். எழுந்தவள் இவனைப் பார்த்து ஒழுங்கா அந்த பக்கம் போயிரு என்று சொல்லியவாரே எழுந்து நடக்க தொடங்கினாள். இவனுக்கு அவள் தோளில் சாய்ந்த நொடி உணர்வு வந்தது உலகம் புரிந்தது இமைகள் வேலை செய்ய தொடங்கியிருந்தது 10, 20 தடவைக்கு மேல் இமைகளை நிறுத்த முடியாமல் சிமிட்டியது. இவனது நினைவு எல்லாம் தன் காதல் ஓவியக்குரல்.

மரகதத்தின் பாதம் ஓவியக்குரலின் பாதத்தை நினைவூட்டியது. ஓவியக் குரலின் கால் விரலில் உள்ள மடிப்புகள் இவனுக்கு தெளிவான நினைவுக்குள் வர அதை முத்தமிட்டு அனைத்து கொள்ள வேண்டும் என உணர்வு உறங்கி இருந்த காதல் உணர்வுகளை எழுப்பி அவளை நோக்கி நகர வைத்தது.

நகர்ந்தது அவன் மட்டும் இல்லை அவன் காதலும் தான் இவன் நடக்க நடக்க அவளும் அவள் காதலும் தான். அவள் வார்த்தைகள் மனதில் ஒழிக்க கண்டான். இவன் நடக்க ஆரமித்த ஒருமணி நேரத்தில் பஸ்கள் தெரிய ஆரமித்தன

பிச்சைக்காரன், மரகத்தையும் அவனையும் பார்த்துக்கொண்டு இருந்தான், "கிளை தங்காத இலை போல தான் நம் மனமும்" என்று உளறினான். திடீரென்று அவன் தெளிந்து அவன் நகர ஆரமித்த பொழுது பிச்சைக்காரன் அவன் பெயர் என்வென்று யோசித்தான், பெயரா முக்கியம் மனிதனுக்கு.

www.ingramcontent.com/pod-product-compliance
Lightning Source LLC
LaVergne TN
LVHW041443170726
843492LV00008B/2777